www.trafford.com

North America & international
toll-free: 1 888 232 4444 (USA & Canada)
fax: 812 355 4082

I'm Ready
To Go To My New School

ਮੈਂ ਆਪਣੇ ਨਵੇਂ ਸਕੂਲ ਜਾਣ ਲਈ ਤਿਆਰ ਹਾਂ

By: Rupi K. Sandhu

Dual language (Punjabi-English)
Illustrations by: Gauri Sharma

It was Harman's first day of school in his new country. He was getting ready to go to his new school.

ਅੱਜ ਹਰਮਨ ਦਾ ਨਵੇਂ ਦੇਸ਼ ਵਿੱਚ ਸਕੂਲ ਦਾ ਪਹਿਲਾ ਦਿਨ ਸੀ। ਉਹ ਆਪਣੇ ਨਵੇਂ ਸਕੂਲ ਜਾਣ ਲਈ ਤਿਆਰ ਹੋ ਰਿਹਾ ਸੀ।

Harman's mother came to his room. She was carrying a big yellow box. "Good morning! I have a special present for you, Harman," said his mother. His mother asked him to open the big yellow box.

ਹਰਮਨ ਦੀ ਮਾਂ ਉਸਦੇ ਕਮਰੇ ਵਿੱਚ ਆਈ। ਉਸ ਨੇ ਇੱਕ ਵੱਡਾ ਪੀਲੇ ਰੰਗ ਦਾ ਡੱਬਾ ਚੁੱਕਿਆ ਹੋਇਆ ਸੀ।"ਗੁੱਡ ਮੌਰਨਿੰਗ! ਮੈਂ ਤੇਰੇ ਲਈ ਇੱਕ ਖਾਸ ਤੋਹਫਾ ਲੈ ਆਂਦਾ ਹੈ, ਹਰਮਨ," ਉਸਦੀ ਮਾਂ ਨੇ ਕਿਹਾ।ਉਸਦੀ ਮਾਂ ਨੇ ਉਸਨੂੰ ਵੱਡਾ ਪੀਲੇ ਰੰਗ ਦਾ ਡੱਬਾ ਖੋਲਣ ਲਈ ਕਿਹਾ।

It was a blue backpack for his new school.
Harman didn't seem very happy to see his new blue backpack.
"Don't you like your new blue backpack?" asked his mother.
"I like my new blue backpack," Harman replied.

ਇਹ ਉਸਦੇ ਨਵੇਂ ਸਕੂਲ ਲਈ ਨੀਲੇ ਰੰਗ ਦਾ ਬੈਕ-ਪੈਕ ਸੀ। ਹਰਮਨ ਆਪਣਾ ਨੀਲੇ ਰੰਗ ਦਾ ਬੈਕ-ਪੈਕ ਵੇਖ ਕੇ ਬਹੁਤਾ ਖੁਸ਼ ਹੋਇਆ ਨਹੀਂ ਜਾਪਦਾ ਸੀ।
"ਕੀ ਤੈਨੂੰ ਆਪਣਾ ਨਵਾਂ ਨੀਲੇ ਰੰਗ ਦਾ ਬੈਕ-ਪੈਕ ਪਸੰਦ ਨਹੀਂ?" ਉਸਦੀ ਮਾਂ ਨੇ ਪੁਛਿਆ।
"ਮੈਨੂੰ ਆਪਣਾ ਨਵਾਂ ਨੀਲੇ ਰੰਗ ਦਾ ਬੈਕ-ਪੈਕ ਪਸੰਦ ਹੈ," ਹਰਮਨ ਨੇ ਜੁਆਬ ਦਿੱਤਾ।

"Son, why do you look so sad?" his mother asked. "Aren't you happy to go to your new school?"

"I am scared to go to my new school," said Harman with tears in his eyes. "What if I can't make new friends?"

"ਬੇਟਾ ਤੂੰ ਇੰਨਾ ਉਦਾਸ ਕਿਉਂ ਜਾਪਦਾ ਹੈ?" ਉਸ ਦੀ ਮਾਂ ਨੇ ਪੁੱਛਿਆ। "ਕੀ ਤੈਨੂੰ ਆਪਣੇ ਨਵੇਂ ਸਕੂਲ ਜਾਣ ਦੀ ਖ਼ੁਸ਼ੀ ਨਹੀ?"

"ਮੈਨੂੰ ਨਵੇਂ ਸਕੂਲ ਜਾਣ ਤੋਂ ਡਰ ਲਗਦਾ ਹੈ," ਹਰਮਨ ਨੇ ਹੰਝੂ ਭਰੀਆਂ ਅੱਖਾਂ ਨਾਲ ਜਵਾਬ ਦਿੱਤਾ। "ਜੇ ਮੈਂ ਨਵੇਂ ਦੋਸਤ ਨਾ ਬਣਾ ਸਕਿਆ?"

"What if the other children make fun of me?"

"ਜੇ ਦੂਜੇ ਬੱਚਿਆਂ ਨੇ ਮੇਰਾ ਮਖੌਲ ਉਡਾਇਆ?"

"What if I don't understand anything in the class?"

"ਜੇ ਮੈਨੂੰ ਕਲਾਸ ਵਿੱਚ ਕੋਈ ਗੱਲ ਸਮਝ ਨਾ ਆਈ?"

Atlas
Globe
Map

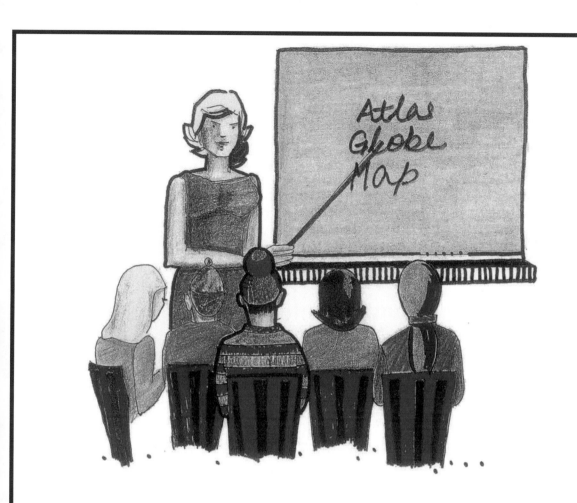

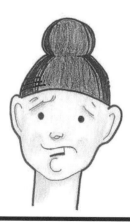

Harman wished to be with his old friends in India.

ਹਰਮਨ ਸੋਚ ਰਿਹਾ ਸੀ, ਕਾਸ਼ ਉਹ ਇੰਡੀਆ ਵਿੱਚ ਆਪਣੇ ਪੁਰਾਣੇ ਦੋਸਤਾਂ ਨਾਲ ਹੁੰਦਾ।

Harman's mother sat down with him. "Son, I know it seems hard to make new friends," said his mother. "I know it seems hard to learn a new language."

"Yes, it is hard," said Harman.

"I also know that soon you will learn the new language," assured his mother. "And you will have many new friends too."

"Really?" asked Harman.

"Yes," said his mother. "Then you will start liking your new school."

ਹਰਮਨ ਦੀ ਮਾਂ ਉਸ ਦੇ ਨਾਲ ਬੈਠ ਗਈ। "ਬੇਟਾ ਮੈਨੂੰ ਪਤਾ ਹੈ ਕਿ ਨਵੇਂ ਦੋਸਤ ਬਣਾਉਣੇ ਮੁਸ਼ਕਲ ਹਨ," ਉਸਦੀ ਮਾਂ ਨੇ ਕਿਹਾ। "ਮੈਨੂੰ ਪਤਾ ਹੈ ਕਿ ਨਵੀਂ ਬੋਲੀ ਸਿੱਖਣੀ ਮੁਸ਼ਕਲ ਲਗਦੀ ਹੈ।"

"ਹਾਂ ਜੀ, ਬਹੁਤ ਮੁਸ਼ਕਲ ਹੈ," ਹਰਮਨ ਨੇ ਕਿਹਾ।

"ਮੈਨੂੰ ਇਹ ਵੀ ਪਤਾ ਹੈ ਕਿ ਜਲਦੀ ਹੀ ਤੂੰ ਨਵੀਂ ਬੋਲੀ ਸਿੱਖ ਲਵੇਂਗਾ," ਉਸਦੀ ਮਾਂ ਨੇ ਯਕੀਨ ਦੁਆਇਆ। "ਤੇਰੇ ਬਹੁਤ ਸਾਰੇ ਦੋਸਤ ਵੀ ਬਣ ਜਾਣਗੇ।"

"ਸੱਚੀਂ?" ਹਰਮਨ ਨੇ ਪੁੱਛਿਆ।

"ਹਾਂ," ਉਸਦੀ ਮਾਂ ਨੇ ਕਿਹਾ। "ਫੇਰ ਤੈਨੂੰ ਤੇਰਾ ਨਵਾਂ ਸਕੂਲ ਬਹੁਤ ਪਸੰਦ ਆਵੇਗਾ।"

Harman had a BIG smile on his face and said,
"Mommy, I'm ready to go to my new school!"

ਹਰਮਨ ਦੇ ਚਿਹਰੇ ਤੇ ਮੁਸਕਾਨ ਸੀ ਤੇ ਉਸਨੇ ਕਿਹਾ, "ਮੰਮੀ,
ਮੈਂ ਆਪਣੇ ਨਵੇਂ ਸਕੂਲ ਜਾਣ ਲਈ ਤਿਆਰ ਹਾਂ!"

About the author:
Rupi Sandhu lives with her family in Calgary, Alberta, Canada.
She taught in a multinational environment for nearly 15 years.
Her storybooks reflect the concerns of children who face
challenges in various cultural environments.

Printed in the United States
By Bookmasters